ഭൂമി ഒരേയിടം

bhoomi oreyidam
poems
•
k r ramachandran
•
first edition
january 2020
•
typesetting & published
chintha publishers, thiruvananthapuram
•

cover
vinod mangoes

Distribution
DESHABHIMANI BOOK HOUSE
H O Thiruvananthapuram 695035
phone: 0471-2303026, 6063026
Email: chinthapublishers@gmail.com
Website: www.chinthapublishers.com

Branch
Head Office Kunnukuzhi • Statue Thiruvananthapuram • KSRTC Bus
Station Alappuzha • KSRTC Bus Station Ernakulam • Machingal Lane
Thrissur • IG Road Kozhikode • Mavoor Road Kozhikode • NGO
Union Building Kannur • Central Bus Terminal Complex Thavakkara Kannur

CO - 2883 / 5166
ISBN - 978-93-89410-44-0

ഭൂമി ഒരേയിടം
(കവിത)

കെ ആർ രാമചന്ദ്രൻ

ചിന്ത പബ്ലിഷേഴ്സ്
തിരുവനന്തപുരം-695 035

കെ ആർ രാമചന്ദ്രൻ

ജനനം തമ്പലക്കാട് കോട്ടയം ജില്ല.
1970 ൽ സംസ്ഥാന സർക്കാർ സർവ്വീസിൽ ചേർന്നു. കേരള എൻ ജി ഒ യൂണിയൻ, കേരള ഗസറ്റഡ് ഓഫീസേഴ്സ് അസോസിയേഷൻ എന്നീ സംഘടനകളിൽ പ്രവർത്തിച്ചു. 2004 നവംബറിൽ വാണിജ്യ നികുതി വകുപ്പിൽ നിന്നും അസി. കമ്മീഷണറായി വിരമിച്ചു. ഇപ്പോൾ പുരോഗമന കലാസാഹിത്യസംഘം സംസ്ഥാന കമ്മിറ്റി അംഗം. പ്രഥമ ബോധിപുരസ്കാരം ലഭിച്ചു. പ്രസിദ്ധീകരിച്ച കവിതാ സമാഹാരങ്ങൾ *അപഹാരം* (1999), *പകലറുതിയിൽ* (2004), *ഇലമുളച്ചി* (2010), *കൊക്കരക്കോ* (ബാലസാഹിത്യം, 2013).

വിലാസം : കാവ്യഭവനം
കട്ടപ്പന - 685508
ഫോൺ : 9447330726

ഉള്ളടക്കം

പ്രസാധകക്കുറിപ്പ്

സമകാലിക ജീവിതസമസ്യകളോട് പ്രതികരിക്കുന്ന ജീവ
ത്തായ കവിതകളുടെ സമാഹാരമാണ് കെ ആർ രാമച
ന്ദ്രന്റെ *ഭൂമി ഒരേയിടം.* ദുരൂഹതകളും ദുർഗ്രഹതകളുമി
ല്ലാത്ത പ്രതിപാദനരീതിയാണ് രാമചന്ദ്രന്റേത്. നല്ല വാക്കും
ആദർശധീരതയും അറിവും വിശുദ്ധിയും കരുണയും
നന്മയും നഷ്ടപ്പെട്ടുപോയ ഇന്നിനെക്കുറിച്ചുള്ള വ്യാകുല
തകളാണ് രാമചന്ദ്രന്റെ കവിതകളിലൂടെ പ്രകടമാവുന്നത്.
ജീവിതത്തെ ശക്തമായും അഗാധമായും ഈ കവിതകൾ
സ്പർശിക്കുന്നു. ഈ കൃതി വായനക്കാരിൽ എത്തിക്കാൻ
ഞങ്ങൾക്ക് സന്തോഷമുണ്ട്. സദയം സ്വീകരിക്കുക.

ചിന്ത പബ്ലിഷേഴ്സ്

ലളിതവും സുതാര്യവുമായ ആഖ്യാനങ്ങൾ

പി എൻ രാമചന്ദ്രൻ

കാലാതിവർത്തിയാണ് ഭാരതീയ കാവ്യചിന്ത. രണ്ടു ചെറുശ്ലോക ങ്ങളിലൂടെത്തന്നെ അതു വ്യക്തമാണ്. "ശബ്ദാർത്ഥൗസഹിതൗ കാവ്യം."

ശബ്ദവും അർത്ഥവും തമ്മിലുള്ള സമഞ്ജസ സമ്മേളനമാണ് കവിത. ഈ ഒരു നിർവ്വചനത്തിന് അപ്പുറത്തേക്ക് ഇന്നുവരെയുള്ള ഒരു കാവ്യസങ്കല്പനവും കടന്നിട്ടില്ല. അതുപോലെതന്നെ ഭാരതീയ കാവ്യ ചരിത്രത്തിലെ ആദ്യ കവിതയിലേക്കു കടന്നാൽ:-

"മാനിഷാദ പ്രതിഷ്ഠാത്വ-
മഗമ: ശാശ്വതീ സമഃ
യത് ക്രൗഞ്ച മിഥുനാദേകാ
മവധീഃ കാമമോഹിതം."

സ്വൈരമായി വിഹരിച്ചിരുന്ന ക്രൗഞ്ചമിഥുനങ്ങളിൽ ആൺപക്ഷി കാട്ടാളന്റെ അമ്പേറ്റ് ചോരയിൽകുളിച്ച് നിലത്തു കിടന്നു പിടയുന്നതു കണ്ട് ശോകാക്രാന്തയായ പെൺപക്ഷിയെ വീക്ഷിച്ച വാല്മീകിയുടെ മന സ്സിൽ ഉത്ഭവിച്ച വരികളാണ് ഇത്. ഇതാവട്ടെ ശോകമെന്ന മനുഷ്യവികാ രത്തിൽ നിന്നാണ് പിറവിയെടുത്തത്.

"ശോകാൽ ശ്ലോകത്വമാഗത"
(ശോകത്തിൽ നിന്നാണ് ശ്ലോകം)

കാലമേറെ കഴിഞ്ഞുപോയി. കാവ്യത്തിന്റെ ഉള്ളടക്കത്തെയും രൂപ ത്തെയും ഭാഷയെയുംകുറിച്ച് കാവ്യനിരൂപകരുടെ ഇടയിൽ വിവിധ അഭി പ്രായങ്ങൾ രൂപപ്പെട്ടു. ഇതെല്ലാം സ്വാംശീകരിച്ചാൽ ഒരു കവിത വായി ക്കുമ്പോൾ ആസ്വാദകന്റെ അനുഭൂതികളെ ആ കവിതയിലെ ചില അംശ ങ്ങൾ വല്ലാതെ സ്വാധീനിച്ചുവെന്നു വരാം. ജീവിതത്തെ സൂക്ഷ്മമായും ഗാഢമായും സ്പർശിക്കാനുള്ള ശക്തി, ഭാവനയുടെ മൗലികമായ സൗന്ദ

ര്യം, വേഷഭൂഷാദികളോടു കൂടിയ ഭാഷയുടെ, അല്ലെങ്കില്‍ പദങ്ങളുടെ വിന്യാസം, ആ ഭാഷാപ്രയോഗത്തിന്റെ താളാത്മകമായ പ്രവാഹം ഇത്ത രത്തിലുള്ള അനുഭവം വായനക്കാരില്‍ ജനിപ്പിക്കുവാന്‍ ഒരു കവിതയ്ക്കു കഴിഞ്ഞുവെങ്കില്‍ അതിന്റെ സൃഷ്ടാവ് പ്രതിഭാശാലിയായ ഭാവനാ സമ്പ ന്നനായിരിക്കണം. അപ്പോള്‍ ഭാവന എന്ന സിദ്ധിയാണ് യഥാര്‍ത്ഥത്തില്‍ ഒരുവനെ കവിയാക്കുന്നത്. മറ്റൊരു വിധത്തില്‍ പറഞ്ഞാല്‍ ഭാവനയുടെ ചാരുവായ ആവിഷ്കാരം കൂടിയാണ് കവിത. അതുപോലെതന്നെ ഒരു കവിത വായിക്കുമ്പോള്‍ ഒരുവനെ ഒന്നാമതായി അതിലേക്ക് ആകര്‍ഷി ക്കുന്നത് അതിന്റെ ശില്പസൗന്ദര്യമാണ്. സംഗീത മധുരിമയോടൊപ്പം അര്‍ത്ഥഗരിമയും അനുപേക്ഷണീയമാണ്. ശബ്ദത്തിലുള്ള അമിതശ്ര ദ്ധയും കവിതയ്ക്കു ഭൂഷണമല്ല. ഇതിനെല്ലാമുപരി കവിത മൗലികമായ ജീവിത വിമര്‍ശനമായിരിക്കണം. എന്നാല്‍ ഇപ്പോള്‍ സമത്വസുന്ദരമായ ആശയങ്ങള്‍ ഉള്‍ക്കൊള്ളുന്ന സന്ദേശകാവ്യങ്ങളാണ് കാലഘട്ടത്തിന് ആവശ്യം. അതുപോലെതന്നെ രചനയുടെ കലാപരമായ മേന്മയും സൗന്ദ ര്യവും വായനക്കാരില്‍ അതിന്റെ ഉള്ളടക്കം വേഗത്തില്‍ എത്തിക്കാന്‍ സഹായകമാകും. മനുഷ്യ പുരോഗതിക്കു ഉപയുക്തമാക്കേണ്ട ശക്തമായ ആയുധം കൂടി ആയിരിക്കണം കവിതയുള്‍പ്പെടെയുള്ള സാഹിത്യവും കലയുമെന്നും അറിയേണ്ടതുണ്ട്.

എന്റെ ചിരകാല സുഹൃത്തും പുരോഗമന പ്രസ്ഥാനങ്ങളില്‍ സജീ വമായി പ്രവര്‍ത്തിച്ചുകൊണ്ടിരിക്കുന്ന വ്യക്തിയുമാണ് കവി ശ്രീ. കെ ആര്‍ രാമചന്ദ്രന്‍. അദ്ദേഹത്തിന്റെ കവിതകളാണ് എനിക്ക് അയച്ചുതന്നത്. കവിതയെ അപഗ്രഥിച്ച് വിലയിരുത്തുന്നതിനുള്ള പ്രാപ്തിയൊന്നും എനി ക്കില്ല. കേവലം ആസ്വാദകന്‍ മാത്രം, എങ്കിലും ചില അഭിപ്രായങ്ങള്‍ അറിയിക്കുന്നു.

ഞാന്‍ ആരംഭത്തില്‍ കവിത മൗലികമായി ജീവിതവിമര്‍ശനമാണെന്ന് സൂചിപ്പിച്ചിരുന്നു; കൂടാതെ മഹാകവി ജി ശങ്കരക്കുറുപ്പിന്റെ *മുത്തുകള്‍* എന്ന കവിതാസമാഹാരത്തിന്റെ തുടക്കത്തില്‍, 'കവിത, വ്യക്ത്യാനുഭവ ത്തിന്റെ ആവിഷ്കാരമാണെന്നും ജീവിത സത്യാനുഭവങ്ങള്‍ ഹൃദയത്തില്‍ ആഞ്ഞുതറയ്ക്കുമ്പോള്‍ ഉണ്ടാകുന്ന മധുരാസ്വാസ്ഥ്യങ്ങളെ ഭാവനാമയ മാക്കി രൂപഭദ്രതയോടെ പ്രകടിപ്പിക്കുന്നതാണ് സര്‍ഗ്ഗവ്യാപാരം' എന്നും അഭിപ്രായപ്പെട്ടിട്ടുണ്ട്. കെ ആര്‍ ന്റെ കവിതകള്‍ ഈ അഭിപ്രായങ്ങളോട് ഏറക്കുറെ നീതി പുലര്‍ത്തിയിട്ടുണ്ടെന്നാണ് എന്റെ അഭിപ്രായം. രൂപ ത്തിന്റെ കാര്യത്തില്‍ നിരന്തരം നവീകരണ പ്രക്രിയയിലൂടെ മുന്നോട്ടു പോകുന്നു കവിത എന്നത് യാഥാര്‍ത്ഥ്യം തന്നെയാണ്. അത്തരത്തിലുള്ള രചനാരീതി കെ ആര്‍ ന്റെ കവിതയിലും ദൃശ്യമാണ്. അതിനെ വിമര്‍ശന പരമായി വിലയിരുത്തുവാന്‍ തുനിയുന്നില്ല.

കെ ആര്‍ ന്റെ കവിതകള്‍ താരതമ്യേന ലളിതവും സുതാര്യവുമാണ്. മാത്രമല്ല ചിലത് അര്‍ത്ഥഗര്‍ഭവുമാണ്. പ്രളയക്കെടുതിയുടെ പശ്ചാത്ത ലത്തില്‍ രചിച്ച "ഉണരാം" എന്ന കവിതയില്‍

ജാതി മതഭേദങ്ങളില്ലാതെയായ്
ധനിക ദരിദ്ര വേർതിരിവുകളോർമ്മയായ്
ദേവാലയങ്ങൾ മനുഷ്യാലയങ്ങളായ്
മാനവികതയുടെ നടവഴികളിൽ നാമൊന്നായ്

ജീവനുവേണ്ടി പിടയുമ്പോൾ ജാതിഭേദമോ ദരിദ്ര സമ്പന്ന വിവേചനമോ മനുഷ്യർക്കിടയിൽ ഇല്ലാതായതും എല്ലാംമറന്ന് ജീവൻ പണയം വച്ച് ഒഴുക്കിലേക്ക് എടുത്തുചാടിയ മനുഷ്യർ ഉയർത്തിയ മനുഷ്യത്വം അതേ തോതിൽ നവകേരള നിർമ്മിതിയിലും തുടർന്നു പോരണമെന്ന് കവി ആഹ്വാനം ചെയ്യുന്നു. മാത്രമല്ല ആ വേളയിലാണ് നമ്മുടെ ദേവാലയങ്ങൾ മനുഷ്യാലയങ്ങളായി മാറിയതെന്ന് കവി വിലയിരുത്തുന്നു. മണ്ണിൽ പണിയെടുക്കുന്നവനാണ് മണ്ണിന്റെ യഥാർത്ഥ അവകാശിയെന്നും ആർത്തിപൂണ്ട സ്വാർത്ഥത പ്രകൃതിയെ അമിതമായി ചൂഷണം ചെയ്ത് പ്രളയത്തിനും വരൾച്ചയ്ക്കും കാരണക്കാരാക്കുന്നവരെ കരുതിയിരിക്കണമെന്നും "മലനാടിന്റെ പാട്ട്" എന്ന കവിതയിൽ ഓർമ്മിപ്പിക്കുന്നു.

"ആർക്കുവേണം" എന്ന കവിതയിൽ ആർക്കാണ് ആദർശവും ഉപദേശവും പ്രബോധനവും വേണ്ടതെന്ന് വിലപിക്കുന്നു. പുത്തൻ സാമ്പത്തിക നയത്തിന്റെ അനന്തരഫലമായി സാമ്പത്തികരംഗത്തും സാംസ്കാരികരംഗത്തും മറ്റെല്ലാ രംഗങ്ങളിലും സംഭവിക്കുന്ന മൂല്യച്യുതി "നേരവകാശികൾ" എന്ന കവിതയിൽ

"മൂലധനത്തിന്റെ കുത്തൊഴുക്കിൽ
മൂല്യങ്ങളെല്ലാം തകർക്കുവോർ നിങ്ങൾ"

ഇങ്ങനെ ചൂണ്ടിക്കാണിക്കുന്നു.

ഭാവനയുടെ സുന്ദരമായ ആവിഷ്കാരമാണ് "മോഹം" എന്ന കവിത. രചനാരീതിയിലും പഴയകാല കവിതയോട് അടുത്തുനില്ക്കുന്നു. മാത്രമല്ല ഉള്ളടക്കം ലളിതവും സുതാര്യവുമാണ്. "സായന്തനം" എന്ന കവിതയിൽ വയോജനങ്ങളുടെ അവസാനകാലം വൃദ്ധസദനത്തിൽ കഴിയേണ്ടിവരുന്ന അവസ്ഥ വർത്തമാന കാലത്തെ നേർക്കാഴ്ചയാണ്. അതിനെ മനോഹരമായി വരച്ചുകാട്ടിയിരിക്കുന്നു. അവസാന വരികൾ അർത്ഥഗർഭമായിരിക്കുന്നു.

"ഈ സദനത്തിൽ വന്നേറെ നാൾ കഴിഞ്ഞില്ല
ഓർമ്മകൾ ബാക്കിയായ് ഞാനേകനായ്."

സദ്ഗമയ
പട്ടർപാലം
കോഴിക്കോട്

ആർക്കുവേണം?

ആർക്കുവേണമിന്നു നൽവാക്കുകൾ
ആർക്കുവേണമിന്നിനി നൽശ്രുതി
ആർക്കുവേണമിന്നാദർശ ധീരത
ആർക്കുവേണമനന്ത വിശാലത.

ആർക്കുവേണം നിറദീപസന്ധ്യകൾ
ആർക്കുവേണം നിറതാരവാനിടം
ആർക്കുവേണം നിറനിലാപുഞ്ചിരി
ആർക്കുവേണം നിറസ്വപ്ന ജാലകം.

ആർക്കുവേണം അറിവും പൊരുളും
ആർക്കുവേണം വിശുദ്ധിയും വെൺമയും
ആർക്കുവേണം കരുണയും നന്മയും
ആർക്കുവേണമിന്നഭിജാത ജീവിതം.

ആർത്തിരമ്പുന്ന ജീവിതസാഗരം
ആർത്തിമൂത്ത മനുഷ്യകുലങ്ങൾ
സ്വാർത്ഥത പെറ്റുപെരുകുന്ന കാലം
ആർദ്രമാനസനായതെൻ പരാജയം.

നേരവകാശികൾ

നേരവകാശികൾ ഞങ്ങൾ
നേരിന്റെ നേരവകാശികൾ ഞങ്ങൾ
നേരും നെറിയും സഹജമൂല്യങ്ങളും
പോരിൽ മുറിവേറ്റുവീഴുമിടങ്ങളിൽ
നേരിന്റെ നേരവകാശികൾ ഞങ്ങൾ
നെറികേടിൻനേരെ വിരൽച്ചൂണ്ടി നിന്നവർ
നിറതോക്കിൻ മുന്നിൽ വിരിമാറു കാട്ടിയോർ
ഉഴവുചാലിൽ പണ്ടുരുക്കളോടൊപ്പം
ഉഴുതുമറിച്ചവർ ഞങ്ങൾ
ഉടയോന്റെ പത്തായപ്പുരകൾ നിറയ്ക്കാൻ
ഉയിരുവെടിഞ്ഞവർ ഞങ്ങൾ
തീതുപ്പും ഫാക്ടറിക്കുഴലുകളിൽ
ജീവിതകാമനകൾ തീർക്കുവോർ ഞങ്ങൾ.

അഗ്നിയാമക്ഷരത്തൂവെളിച്ചം
പാടേ മറച്ചവർ നിങ്ങൾ
അടിയാത്തിപ്പെണ്ണിന്റെ മാനം കവർന്നവർ
അധമബോധത്തിന്നുടമകൾ നിങ്ങൾ
കൈയിലും കാലിലും ബോധത്തിലും
ചങ്ങലകൾ തീർക്കുവോർ നിങ്ങൾ
മൂലധനത്തിന്റെ കുത്തൊഴുക്കിൽ
മൂല്യങ്ങളെല്ലാം തകർക്കുവോർ നിങ്ങൾ

നിസ്വരാം ഞങ്ങളീ നാടിന്റെ സ്പന്ദനം
ഹൃദയത്തിലിന്നേറ്റുവാങ്ങും
മന്ദസമീരനെയൂതിയൂതി
കൊടുങ്കാറ്റാക്കി മാറ്റുമീ ഞങ്ങൾ
ആ കൊടുങ്കാറ്റിന്റെ ആരവം
നിങ്ങടെ കോട്ടകൾ തട്ടിത്തകർക്കും.

കാവലാൾ

ആരാണ് കുഞ്ഞേ നിനക്കിന്നു കാവലാൾ?
ആരണ്യകങ്ങളിൽ കൂരിരുട്ട്
ആകാശവീഥിയിൽ കാമക്രോധങ്ങളാൽ
ആടിത്തിമിർക്കുന്നു കരിമുകിൽ കഴുകുകൾ

പേപിടിച്ചലയുന്ന നായ്ക്കൾ, നരികൾ,
മാടൻ, മറുത, അറുകൊലയക്ഷികൾ
മുള്ള്, മുരട്, മൂർഖൻപാമ്പ് പാതയിൽ
നീരാളികൾ, വ്യാളികൾ ജലധിയിൽ
ആരാണ് കുഞ്ഞേ നിനക്കിന്നു കാവലാൾ?

"ധർമ്മോസ്മത് കുലദൈവതം"
"നഃസ്ത്രീ സ്വാതന്ത്ര്യമർഹതി" സൂക്തങ്ങൾ
വിശുദ്ധ ഗ്രന്ഥങ്ങൾ
ചിറകുവിരുത്തുന്ന ഭരണഘടനയുടെ താളുകൾ
ആരാണ് കുഞ്ഞേ നിനക്കിന്നു കാവലാൾ?

അമ്മിഞ്ഞ നുണയുന്ന കുഞ്ഞിളം ചുണ്ടിലുമ്മവച്ചും
നന്മയുടെ നറുതേൻ നാവിലിറ്റിച്ചും
കണ്ണിമ ചിമ്മാതെ നോക്കിയിരുന്നും
പാദസരനിസ്വനം കാതോർത്തും
പട്ടുപാവാട തുന്നിച്ച് ചാർത്തിയും
വളർത്തി വലുതാക്കി

കാമവെറിയന്മാർക്ക് ലേലം വിളിക്കുന്ന
നിന്നച്ഛനോ കാവലാൾ?

പിച്ചവെച്ചിടറുമ്പോൾ കൈകളിൽ തൂക്കിയും
മാഞ്ചോട്ടിലൂഞ്ഞാലിലാലോലമാട്ടിയും
മാമ്പഴം വീഴുമ്പോളോടിക്കിതച്ചെത്തി
മുന്തിയ പങ്ക് വീതിച്ചന്നു നല്കിയും
കണ്ണൻ - ചിരട്ടയിൽ കഞ്ഞി - കറി വച്ച്
ഊറ്റിക്കുടിച്ചച്ഛനമ്മ കളിച്ചും
ബാല്യകൗമാര സ്വപ്നങ്ങൾ വിരിയിച്ച
കളിക്കൂട്ടുകാരന്റെ കൺകളിൽ
കത്തുന്ന കാമമോ കാവലാൾ?

മാനവൻ

മഞ്ഞുപൊഴിഞ്ഞ നിലാവിൻ കരങ്ങളിൽ
മന്ദസ്മിതം തൂകി നിന്നവൻ മാനവൻ.

അഗ്നിപഥങ്ങളിൽ നീറും മനസ്സുമായി
നഗ്നപാദങ്ങളാൽ നടന്നവൻ മാനവൻ.

നീലവാനങ്ങളിൽ സ്വപ്നം വിതച്ചവൻ
വാനമേഘങ്ങളിൽ കവിതയായ് പെയ്തവൻ.

അരുണാർക്കരശ്മികളിലത്ഭുതം കൂറിയോൻ
വരുണഹസ്തങ്ങളിൽ വിറപൂണ്ടു നിന്നവൻ.

ചടുലതാളങ്ങളാൽ നൃത്തം ചവിട്ടിയോൻ
ഉഡുരാജരേണുക്കളിൽ വീണുറങ്ങിയോൻ.

അരുവികളിലുണരുന്ന സംഗീതമായവൻ
തരുലതകളിൽ ഉയിരിന്റെ ഹരിതാഭയായവൻ.

മണ്ണിൽ മനസ്സിന്റെ താളം നിറച്ചവൻ
വിണ്ണിൽ കിനാവിന്റെ കിന്നരി ചാർത്തിയോൻ.

ജനിമൃതികൾക്കിടയിൽ മിന്നൽപ്പിണറായി
അണയാത്ത താരമായ് മാറിയോൻ
മനനം മനനം സമം മാനവൻ മാനവൻ.

വാഴ്വ്

പറയുവാനേറെയുണ്ടീ സായന്തനത്തിൽ നാം
പലവുരു ചൊല്ലിപ്പറഞ്ഞതാണെങ്കിലും
പകലുകൾ മായുന്നു പാതിരാവണയുന്നു
പടുതിരി കത്തുന്നു പാതയോരങ്ങളിൽ.

വഴിമുട്ടി നില്ക്കുന്നു ജീവിതം; ചുറ്റിലും തീക്കനൽക്കൂനകൾ
ചുഴികൾ മലരികൾ അത്യഗാധഗർത്തങ്ങൾ
രാക്ഷസത്തിരവന്നു മൂടുന്നു മേല്ക്കുമേൽ
രാക്കുയിൽ രാഗവുമീണവും മറന്ന് മൗനം ഭജിക്കുന്നു.

കടലെടുക്കുന്നെന്റെ ജീവിതകാമനകൾ
കടുന്തുടി കൊട്ടിയാടുന്നു കാർക്കോടകവേഷങ്ങൾ
കൂട്ടമായാട്ടിത്തെളിക്കുന്ന കുഞ്ഞാടുകൾ
കുരുതിച്ചോര വീണു നനഞ്ഞ ബലിക്കല്ലുകൾ.

പണം പെയ്തിറങ്ങുന്നു ഉഷ്ണപ്രവാഹങ്ങൾ
പിണമായി മാറുന്ന മാനുഷികമൂല്യങ്ങൾ
നിലയില്ലാതാവുന്ന മാനവജന്മങ്ങൾ
നിലയില്ലാക്കയങ്ങളിൽ നീന്തിക്കുഴയുന്നു.

എന്റെ ചോരയും നീരുമൂറ്റിക്കുടിച്ചുതെഴുത്തവർ
സ്വപ്നങ്ങൾക്ക് ചിതയൊരുക്കുന്നവർ

വാനവും ഭൂമിയും പങ്കിട്ടെടുക്കുവോർ
വാമനവേഷം പൂണ്ട ഭരണവർഗ്ഗങ്ങൾ, വിത്തപ്രമാണിമാർ.

പനിനീരൊഴുകിയ പർവ്വതനിരകളുടെ
കണ്ണും കരളും ചൂഴ്ന്നെടുക്കുന്നു നാം
പുഴയുടെ നിലവിളികൾ പുലരുംവരെ
പൂക്കാമരങ്ങളുടെ രോദനം ചാരമാകുംവരെ.

എതോ പെരുങ്കൊല്ലനാലയിൽ
ചുട്ടുപഴുപ്പിച്ചെടുത്ത കൂരമ്പുകൾ
ആഗ്നേയശസ്ത്രങ്ങൾ ആണവരാസായുധങ്ങൾ
അവനിയിൽ വാഴ്‌വിനിയെത്രനാൾ?

ഗുരു

നരനു നരനശുദ്ധ വസ്തുവായി
നരകജീവിതമവനിയിൽ വാഴുവോർക്ക്
നായും പൂച്ചയും നടക്കും വഴികളിൽ
നരനു പാടില്ല സഞ്ചരിച്ചീടുവാൻ.

തൊടുക പാടില്ല തീണ്ടുക പാടില്ല
തമ്മിലുണ്ണുവാൻ പാടില്ല കെട്ടുവാൻ പാടില്ല
ദൃഷ്ടിയിൽപോലും പെടുവാനും പാടില്ല
പടുതിരി കത്തിയീപാഴ്നിലങ്ങളിൽ.

മത – ജാതി വൈരത്തീപടർത്തി
മദമാത്സര്യങ്ങൾ പെരുകുന്ന വേളയിൽ
ഇരുൾ കൂടുകൂട്ടിയ മനസ്സുകളിൽ
ഗുരു സൂര്യനായി ഉദിച്ചുപൊന്തി.

നമ്മുടെ ശിവനെ പ്രതിഷ്ഠിച്ചരുവിക്കരയിൽ
കണ്ണാടി പ്രതിഷ്ഠ കളവൻകോട്ടിൽ
ഗുരുവരുൾച്ചെയ്തു "ഒരു ജാതി ഒരു മതം
ഒരു ദൈവം മനുഷ്യർക്ക്"
നീ നിന്നെയറിയുക, വാഴ്വിൻ പൊരുളറിയുക
നന്മയുടെ നറുനിലാവായ് പരന്നൊഴുകുക

ഇനിയുമീ കേരളഭൂമി ഭ്രാന്താലയമാകാതിരിക്കുവാൻ
'മനുഷ്യാണാം മനുഷ്യത്വം' മന്ത്രമുരുവിട്ടു നാം
മനുഷ്യനാവുക അമർത്ത്യനാവുക
അറിവിൻ കേദാരമാവുക നേരിന്റെ നിറദീപമാവുക.

ഗാന്ധിജി

ഓർമ്മയുടെ താളുകൾ മറിക്കുക
ബാപ്പുജിയെ ഓർക്കുക

അർദ്ധനഗ്നനായ്
നഗ്നപാദനായ്
ആസേതു ഹിമാചലം
ജനപഥങ്ങൾക്കിടയിലൂടെ
നിലാവുപോൽ
അലഞ്ഞു നടന്നവൻ ഗാന്ധിജി.

ഉദയാസ്തമയങ്ങളില്ലാത്ത
സാമ്രാജ്യത്വക്കോയ്മയുടെ
രാജപാതകളിലൂടെ
അഹിംസാമന്ത്രങ്ങളോതി
സഹനസമരത്തിന്റെ
തേരുതെളിച്ചവൻ ഗാന്ധിജി.

ഹർഷപുളകിതനായ്
ചർക്കയിൽ നൂൽ നൂറ്റ്
ഉടുവസ്ത്രം നെയ്തുടുത്ത്
വിദേശവസ്ത്രങ്ങൾ
രോഷാഗ്നിയിലെരിച്ച്
സ്വദേശി മന്ത്രമുരുവിട്ട്

രാമരാജ്യ സന്ദേശമോതി
രാവു പകലാക്കിയോൻ ഗാന്ധിജി.

സ്വാതന്ത്ര്യദിന പൊൻപതാകകൾ
നീലവാനിലുയർന്നു പറന്നപ്പോൾ
അധികാര സിംഹാസനങ്ങളിൽ
ഭരണാധിപന്മാരമർന്നിരുന്നപ്പോൾ
നവഖാലിയിൽ ചോരപ്പുഴയൊഴുക്കിയ ഗലികളിൽ
സാന്ത്വനസ്പർശമായ്
സാന്ദ്രസംഗീതമായ്
ഹൃദയഭാരമിറക്കിവച്ചവൻ ഗാന്ധിജി.

ബിർളാമന്ദിരത്തിന്റെ അങ്കണവീഥിയിൽ
നമ്രശിരസ്കനായ്
തൊഴുകൈയുമായ്
പരിചാരകരോടൊത്തെത്തുന്ന വേളയിൽ
മനീഷിയുടെ തിരുമാറിൽ
മതഭ്രാന്തിൻ വെടിയുണ്ടകളേറ്റ്
ചുടുനിണമൊഴുകിയപ്പോഴും
'ഹേ... റാം ഹേ... റാം' വിളികളോടെ
ഭൂമിയെ ചുംബിച്ചവൻ ഗാന്ധിജി

അനന്ത ജൈവവൈവിദ്ധ്യങ്ങളും
ആകാശമാഴിയൂഴിയും
യാങ്കിയുടെ കാല്ക്കീഴിൽ
അടിയറവയ്ക്കുമീ അന്തരാളഘട്ടത്തിൽ
അഴിമതി ഭാരതമാകെ അടിമുടി നിറയുമ്പോൾ
വർഗ്ഗീയ വേതാളങ്ങൾ ഉറഞ്ഞുതുള്ളുമ്പോൾ
ബാപ്പുജിയെ ഓർക്കുക
ഓർമ്മയുടെ താളുകൾ മറിക്കുക...

ഭൂമി ഒരേയിടം

അറിയുക മാനവാ നമ്മൾക്ക്
പാർക്കുവാൻ ഭൂമി ഒരേയിടം മാത്രം
ശുദ്ധവായു, ജലം, അന്നവസ്ത്രാദികൾ
തന്നു രക്ഷിക്കുമീ ഭൂമി.
ആകാശനീലിമ, അർക്കചന്ദ്രന്മാർ
താരാഗണങ്ങൾ
പുൽകൾ, പുൽച്ചാടികൾ, പുഴുക്കൾ, പൂവനങ്ങൾ
പൂത്തുല്ലസിക്കുന്ന കർണ്ണികാരങ്ങൾ
പൂന്തേനുണ്ടു മദിക്കുന്ന ഭ്രമരങ്ങൾ
കരിമുകിൽത്തിരകൾ
പക്ഷികൾ, പറവകൾ, പനിനീർച്ചെടികൾ
മയിലുകൾ, മാനുകൾ, മന്ദസ്മിതംതൂകും ചുണ്ടുകൾ
മകരന്ദം കിനിയുന്ന വാക്കുകൾ
ഇവിടെയീ ഭൂമിയിൽ മാത്രം.

തെളിനീരു കോരിക്കുടിച്ചും
കായ്കനികൾ ഭക്ഷിച്ചും
കാനനംതോറുമലഞ്ഞ മർത്ത്യൻ
വാനോളം വളർന്നു ശാസ്ത്രത്തിൻ ചിറകിലേറി
സമയം ദൂരവുമാകാശമാഴിയും
കാലടിക്കീഴിലമർന്നു.

ശാസ്ത്രമിരുതലവാളായി
നന്മതിന്മകളുടെ പര്യായമായി
അത്യാർത്തി മൂത്തവർ ഭൂമിയിൽ പെരുകിയീ
മണ്ണും ജലവും മനസ്സും മലീമസമാക്കി
ജൈവതാളം തകർത്തു
യാന്ത്രികതാളത്തിലെല്ലാം സ്വരുക്കൂട്ടി
മാനുഷരുടെ നാശത്തിൻ വിത്തുകൾ വിതറിയീ
ഭൂമിയെ നരകമാക്കുന്നു.

അറിയുക മനുജാ നമ്മൾക്ക്
സ്വപ്നങ്ങൾ വാരിവിതറുവാൻ
ഭൂമി ഒരേയിടം മാത്രം.

മോഹം

തൊഴുതുമടങ്ങും പൂവിതൾ തുമ്പിൽ
തൊട്ടുണർത്താനൊരു മോഹം

ഉഷമലർ ചൂടും നിൻ തിരുമുടിയിൽ
ഉമ്മവയ്ക്കാനൊരു മോഹം

കനവുകൾ മിഴികളിലിണചേരുമ്പോൾ
കഥമെനയാനൊരു മോഹം

കമലദളംപോൽ വിരിയും ചുണ്ടിൽ
മൃദുരവമുരളികയാകാൻ മോഹം

മധുകണമുതിരും വൃന്ദാവനികയിൽ
കരിവണ്ടായ് പാറിരസിക്കാൻ മോഹം

മദഭരലഹരികൾ തിരനുരയുമ്പോൾ
മൃദുകരലാളനമേകാൻ മോഹം

തിരയും തീരവുമൊന്നായ് പുണരും
നിമിഷദളങ്ങളിലലിയാൻ മോഹം.

തമസോ മാ

ആരുടെ ചോരവേണം നിനക്കിനി?
ആരുടെ അശ്രു ധാരയായൊഴുകണം?
അക്ഷരദീപങ്ങളൂതിക്കെടുത്തി നീ
അന്ധകാരത്തിന്റെ കാവലാളാകയോ?

അഹിംസാമന്ത്രമുരുവിട്ട മനീഷിയുടെ വിരിമാറിൽ
വെടിയുണ്ടപായിച്ച നരാധമന്റെ വിഗ്രഹം
പൂവിട്ട് പൂജിച്ച് തെരുവുകളെയുന്മത്തമാക്കയോ?

അന്ധവിശ്വാസത്തിൻ കന്മതിൽകെട്ടുകൾ
തല്ലിയുടയ്ക്കുവാൻ
അഹോരാത്രം അവിരാമം അടരാടുന്ന
മനുഷ്യസ്നേഹഭരിതനിസ്വനങ്ങൾക്ക്
കൂച്ചുവിലങ്ങിടുകയോ?

"തമസോമാ ജ്യോതിർഗമയ"
"യത്രവിശ്വം ഭവത്യേകനീഡം"
മഹിതസൂക്തങ്ങൾ
പുലർന്നൊരീമണ്ണിൽ, ഭാരതഭൂവിൽ
മതവൈരരോഗാണുബീജങ്ങൾ വിതറി നീ
ഭ്രാന്താലയമാക്കയോ?

ആവില്ല നിങ്ങൾക്കീ ഭാസുരദേശത്തെ
നാനാവർണ്ണ സുഗന്ധമിയലുന്നൊരീമലർവാടിയെ
വിഷലിപ്തമാക്കുവാനാകില്ല
ഞങ്ങൾ പ്രാർത്ഥനാനിരതമാം മനസ്സുമായ്
സാന്ദ്ര സംഗീതമായ്
കടലലപോലെയൊഴുകിയെത്തും
ഒഴുകിയെത്തും....

മിണ്ടരുത്

ചുട്ടുപൊള്ളുന്ന മണൽക്കൂനകളിൽ
ചരിത്രമുറങ്ങുന്ന വഴിത്താരകളിൽ
ചോരച്ചാലുകൾ കീറുമ്പോഴും
മിണ്ടരുത്!

ആകാശവീഥിയിൽ
ആളുന്ന തീക്കുന്തമെറിയുമ്പോഴും
പൂമ്പാറ്റ ചിറകറ്റുവീണുകേഴുമ്പോഴും
പൂവിതൾ വിരിയാതെ തല്ലിക്കൊഴിക്കുമ്പോഴും
പുരമാകെ കത്തിയെരിയുമ്പോഴും
മിണ്ടരുത്!

കുഞ്ഞുങ്ങൾ ഭീതിതർ കൂനിക്കൂടുമ്പോഴും
കുഞ്ഞിളംചുണ്ടുകൾ വിതുമ്പുമ്പോഴും
കുഞ്ഞുമനസ്സുകൾ പിടയുമ്പോഴും
കുഞ്ഞുശിരസ്സുകൾ പിളരുമ്പോഴും
മിണ്ടരുത്!

നിലവിളികൾ നിലയില്ലാതൊഴുകുമ്പോഴും
നീർമിഴികളിൽ രക്തമിറ്റുമ്പോഴും
നിശയുടെ യാമങ്ങൾ നീളുമ്പോഴും

നിദ്രാവിഹീന നിമിഷങ്ങളിഴയുമ്പോഴും
മിണ്ടരുത്!
മിണ്ടരുത്!
മിണ്ടരുത്!
മിണ്ടരുത്!
മിണ്ടരുത്!

മലനാടിന്റെ പാട്ട്

മലനാടിൻ പാട്ടുപാടാം
മലയോരക്കഥകൾ ചൊല്ലാം
മഞ്ഞണിഞ്ഞ മാമലയും
മരതകപ്പട്ടാടച്ചാർത്തും
മണിമേടയാക്കിയ
കഥകൾചൊല്ലാം പാട്ടുകൾ പാടാം

കാട്ടാന, കാട്ടുപോത്തു മേഞ്ഞു നടന്നീ നാടിൻ
കാട്ടുചോല ചൂളംകുത്തി പാഞ്ഞൊഴുകുമീ നാടിൻ
കഥ പറയാം പാട്ടുകൾ പാടാം

ഒരു തുണ്ടു ഭൂമിക്കായ് ഒരു കൊച്ചു കൂരയ്ക്കായ്
ഒരുമയായ് ഒടുങ്ങാത്ത ദാഹവുമായ്
നാടുവിട്ടു കൂടുവിട്ടു കാടണഞ്ഞ
മാനുഷന്റെ കഥ പറയാം പാട്ടുകൾ പാടാം

കറുത്തമണ്ണിൽ കനകം വിളയിച്ചെടുത്ത
മാനവ കഥ പറയാം
കറുത്തമുത്തും വിളയാതായീ
സുഗന്ധഏലം വിലയില്ലാതായ്
കണ്ണീരൊഴുകും കഥ പറയാം

കരുത്തുനേടിയ തൊഴിലാളർതൻ
വീരോജ്ജ്വലമാം കഥപറയാം
കറുത്തശക്തികൾ, ഇരുട്ടുകോട്ടകൾ
തകർന്നുവീഴും കഥപറയാം

ഈ മണ്ണ് ഞങ്ങളുടെ മണ്ണ്
ഇവിടെ കിനാവുകളിഴചേർത്തവർ ഞങ്ങൾ
കരിമണ്ണിൽ കണ്ണീർ ചാലിച്ചവർ
ദുരിത വേനൽ, പേമാരി, പ്രളയക്കെടുതികളിൽ
ഹരിതസ്വപ്നംകൊണ്ടു മേലാപ്പു തീർത്തവർ
ഞങ്ങളീ മണ്ണിന്നവകാശികൾ.

തലമുറ തലമുറ കൈമാറി ഞങ്ങൾക്ക് കിട്ടിയ
ഹരിതാഭഭൂമിയെ വരുംതലമുറയ്ക്കു
കൈമാറുവാൻ കാത്തുരക്ഷിക്കുവോർ ഞങ്ങൾ
ഞങ്ങളെ വേരോടെ പിഴുതെറിയാൻ
കച്ചകെട്ടുന്നു ഭരണാധികാരികൾ
കരുതിയിരിക്കുക കൂട്ടരേ നാം.

സ്നേഹിക്ക

സ്നേഹിക്ക നിങ്ങളെ
സ്നേഹിക്ക നിങ്ങളെ നിങ്ങളായ് മാറ്റിയ
മാതാപിതാക്കളെ
വന്ദ്യഗുരുഭൂതരെ
സ്നേഹിക്ക നിങ്ങളെ.

ശുദ്ധവായു നല്കും മാമരച്ചാർത്തിനെ
ശുദ്ധജലമേകും കുളിരരുവി, പുഴകളെ
അന്നവും വസ്ത്രവും ജീവനോപാധിയും
തന്നുരക്ഷിക്കുമീ ഭൂമിയെ സ്നേഹിക്ക
നിങ്ങളെ സ്നേഹിക്ക.

പുൽകളെ, പുല്ച്ചാടികളെ, പൂക്കളെ
പുഴുക്കളെ, പൂനിലാവിനെ
കറുകനാമ്പിനെ, കരിമിഴിയിണകളെ
കായലോളങ്ങളെ, കളിമൺചിരാതിനെ
സർവ്വചരാചരങ്ങളെ സ്നേഹിക്ക
നിങ്ങളെ സ്നേഹിക്ക.

സൂര്യനെ ചന്ദ്രനെ താരാഗണങ്ങളെ
അതിരുകളില്ലാത്ത ആകാശനീലിമയെ
പ്രപഞ്ചപ്പൊലിമയെ
നിത്യചൈതന്യത്തെ സ്നേഹിക്ക
നിങ്ങളെ സ്നേഹിക്ക.

സായന്തനം

ഏകനായ് ഞാനീ വൃദ്ധസദനത്തിൻ മൂലയിൽ
മൂകനായ് തുറക്കുന്നിന്നോർമ്മയുടെ ചെപ്പുകൾ.
മലയോരം, നിബിഢവനം, വന്യജീവികൾ, കോടമഞ്ഞ്
കുളിർകാറ്റ്, ദുരിതപ്പെരുമഴ, രോഗപീഡകൾ പോയകാലം.
കണ്ണീരുപ്പുചാലിച്ചീ കന്നിമണ്ണിൽ
കനകം വിളയിച്ചെടുത്തനാളുകൾ.
സ്വപ്നസുരഭിലം, തീക്ഷ്ണയൗവനം, രാഗാർദ്രം
സ്വപ്നപങ്കാളിയെ കണ്ടെത്തി *നദം, നദികളൊന്നായി.
ജീവിത വല്ലരിയിൽ നാമ്പിട്ടു പൂവിട്ടു ഫലങ്ങളായ്
നാലഞ്ച് കൺമണികൾ നാടിന്നോമനകളായ്.
ജീവന്റെ ജീവനായ് വളർത്തിയ മക്കൾക്ക്
അക്ഷരമക്കങ്ങളോരോന്നുമോതിക്കൊടുത്തു ഞാൻ
വിദ്യാകവാടങ്ങളൊക്കെ കടന്നവർ
വിദൂരദേശങ്ങളിൽ തൊഴിലാളരായവർ.
വിവാഹവും കഴിഞ്ഞു വിദേശവാസമായ്
വിരഹിതരായ് ഞങ്ങൾ ദിനരാത്രമെണ്ണുകയായ്.
മക്കളും കൊച്ചുമക്കളും മാസത്തിലൊന്നോരണ്ടോ
ഫോൺ വിളികൾ മാത്രമായ് ബന്ധം
നീലവിഹായസ്സിൽ നിറയുന്ന താരങ്ങൾ
നിർന്നിമേഷം ഞങ്ങൾ സാക്ഷികൾ മാത്രമായ്.
പ്ലാവിലകോട്ടി മൺചട്ടിയിൽനിന്നും
ചൂടുകഞ്ഞി ഊതിക്കുടിച്ചും
പോയകാലത്തിന്റെ നാൾവഴികൾ ചിക്കിച്ചികഞ്ഞും

കരുണാർദ്ര നിമിഷങ്ങളിഴയുന്ന നേരത്ത്
ഫോൺ മണികൾ ദീർഘമായ്; മെല്ലെയെഴുന്നേറ്റു
സാന്ത്വന വചസ്സുകളോതുന്നു മൂത്തവൻ
“ഡാഡിക്കും മമ്മിക്കും പ്രായമായ്, ദീനമായ്
പാടുപെടാതെ കഴിഞ്ഞീടണമിനി
ഭൂമിയും നോക്കിയിരുന്നിട്ടിനിയെന്ത്
ഭൂമി വില്ക്കാം നല്ല വിലകിട്ടുന്ന കാലമാ
ഡാഡിക്കും മമ്മിക്കും മറ്റൊരിടം തേടാം.”
ചങ്കുപൊട്ടിപ്പോയി ഇരുളല പരന്നു
ഞങ്ങൾ പരസ്പരം ഊന്നുവടികളായി.
മക്കളെപ്പോലെ താലോലിച്ച് വളർത്തിയ
തൈമരക്കൂട്ടങ്ങൾ വൻഫലവൃക്ഷങ്ങളായ്
തുമ്പയും തുളസിയും മന്ദാരവും മുല്ലവള്ളികളും
മൗനമായ് തേങ്ങി ഞങ്ങൾക്ക് യാത്രാമൊഴികളോതി
ഈ സദനത്തിൽ വന്നേറെനാൾ കഴിഞ്ഞില്ല.
ഓർമ്മകൾ ബാക്കിയായി; ഞാനേകനായി.

---

* നദം - ആണാറ്
നദി - പെണ്ണാറ്

ഉണരാം

പെരുമഴ തോരാപ്പെരുമഴ പെയ്ത്
പ്രളയമായ് മഹാപ്രളയമായ്
നദികൾ, കായലുകൾ, ഡാമുകൾ നിറഭീതിയായ്
നാടും നഗരവും കണ്ണീർപ്പെരുമഴയായ്.

ആർത്തലച്ചുവരുന്ന പെരുവെള്ളപ്പാച്ചിലിൽ
ആർത്തനാദങ്ങളലിഞ്ഞുപോയ്
കരകളിടിഞ്ഞു വൻമരങ്ങൾ കടപുഴകി
ഭവനങ്ങൾ നാമാവശേഷമായ്
സ്വപ്നങ്ങളെല്ലാമൊലിച്ചുപോയ്.

മാവേലിമന്നനെ വരവേല്ക്കുവാൻ
മാനുഷരെല്ലാരുമൊത്തുചേരാൻ
മാടങ്ങൾ, കുടിലുകൾ, രമ്യഹർമ്മ്യങ്ങളും
മോടിപ്പിടിപ്പിച്ചൊരുങ്ങിയനാളുകൾ
മോഹങ്ങളെല്ലാം പിഴുതെറിഞ്ഞു
മേഘഗർജ്ജനം, പേമാരി, മഹാപ്രളയം.

നീരുറവകൾ, തോടുകൾ, കായലുകൾ
തണ്ണീർത്തടങ്ങൾ കോൺക്രീറ്റ് കൂനകളായ്
മലകൾ, പാറകൾ തുരങ്കങ്ങളായ്
മാമരങ്ങൾ, ജീവജാലങ്ങൾ
മനുഷ്യാർത്തിക്കിരകളായ്
പ്രകൃതി താണ്ഡവമാടി.

ജാതി മതഭേദങ്ങളില്ലാതെയായ്
ധനിക ദരിദ്ര വേർതിരിവുകളോർമ്മയായ്
ദേവാലയങ്ങൾ മനുഷ്യാലയങ്ങളായ്
മാനവികതയുടെ നടവഴികളിൽ നാമൊന്നായ്.

തനിയെയല്ലനാമീദുരന്തഭൂമിയിൽ
മനുജരെല്ലാരും മഹാമനസ്കരായ്
പുതിയ കേരളം പടുത്തുയർത്തുവാൻ
വരിക സഹജരേ ശുഭപ്രതീക്ഷയാൽ.

ഞാൻ പെറ്റ മകനേ....

'**ഞാ**ൻ പെറ്റ മകനേ'
ആർത്തനാദം
സഹ്യസാനുക്കളിൽ
സാഗരതീരങ്ങളിൽ
ഹൃദയധമനികളിൽ
അലയടിച്ചുയരുന്നു
'ഞാൻ പെറ്റ മകനേ'

കാട്ടുചോലയിൽ കണ്ണീർനിറച്ചവൻ
കാട്ടുവള്ളിയിലൂഞ്ഞാലിലാടിയോൻ
കാട്ടുപൂവിന്റെ ഗന്ധം നുകർന്നവൻ
കാടിന്റെ പുന്നാരമുത്തവൻ അഭിമന്യു.

പൂക്കളെപ്പോലെ ചിരിച്ചവൻ
പൂവിതൾത്തുമ്പിലെ നീഹാരബിന്ദുപോൽ
നിർമ്മലൻ നിഷ്കളങ്കൻ
പൂക്കാലമെന്നുമെല്ലാർക്കുമെന്നാശിച്ചവൻ
അഭിമന്യു

മൺകുടിലിൽ പുകയുന്ന വെട്ടത്തിൽ
മൺതറയിൽ സ്വപ്നങ്ങൾ വിരിവെച്ചു
മതിലുകളില്ലാത്ത ലോകം പണിയുവാൻ
മനവും തനുവും സമർപ്പിച്ചവൻ
അഭിമന്യു

ഉഷമലരുകളറുക്കുന്ന
സന്ധ്യാദീപങ്ങളൂതിക്കെടുത്തുന്ന
സത്യനാദങ്ങൾ കൂച്ചുവിലങ്ങുന്ന
വർഗ്ഗീയ വിഷജന്തു ഭീകരസത്വങ്ങൾ
തല്ലിക്കെടുത്തിയീ നന്മയുടെ നാളത്തെ.

കഠാരമുനകൊണ്ടു കരൾ പിളരുംമുമ്പേ
വർഗ്ഗീയത തുലയട്ടെയെന്നു കോറിയിട്ടവൻ
*തിന്മയെ ഉൽകൃഷ്ട നന്മകൊണ്ടു
പ്രതിരോധിച്ചവനേകിയ സന്ദേശമുരുവിട്ട്
മതജാതിഭേദമില്ലാത്ത മർത്ത്യനാവുക
മാനവികതയുടെ കാവലാളാവുക.

---

* നന്മയും തിന്മയും തുല്യമാവുകയില്ല
തിന്മയെ ഉൽകൃഷ്ടമായ നന്മകൊണ്ട് പ്രതിരോധിക്കുക
ഖുർ ആൻ അദ്ധ്യായം 41: വാക്യം 34.36

അവർ

നാവറുക്കുവാൻ അവർ
നാട്ടിലേക്കിറങ്ങുന്നു
വേരറുക്കുവാൻ അവർ
കന്മഴു മൂർച്ചകൂട്ടുന്നു
ഗോരക്ഷാമന്ത്രമോതി അവർ
പാതയോരങ്ങൾ പങ്കിലമാക്കുന്നു
കാതിൽ ഈയമൊഴിക്കുവാൻ
കാത്തിരിക്കുന്നു ഇടവഴികളിൽ
രാക്ഷസീയത ശവശരീരങ്ങളോടും
അരികുവല്ക്കരിക്കപ്പെടുന്നവരോടും.
കാഴ്ചകൾ മറയ്ക്കുവാൻ
വേഴ്ചകൾ പലവിധം
അലസമനസ്സുകളിൽ അവർ
കൂടുകൂട്ടുന്നു.

മാലിന്യമുക്തം

മലിനമാകുന്നു – ചുറ്റും
മലിനമാക്കുന്നു നമ്മൾ
മലിനമാകുന്നു.

ചപ്പുചവറുകൾ ചണ്ടികൾ
പൊതുനിരത്തിലേക്ക്
വലിച്ചെറിഞ്ഞു മിടുക്കരാകുന്നു
നമ്മൾ മലിനമാക്കുന്നു ചുറ്റും
മലിനമാകുന്നു.

തെരുവുനായ്ക്കൾ പെരുകി
നമ്മൾ വഴിഭയക്കുന്നു
പനിമരണം രോഗപീഡകൾ ചർച്ചയാകുന്നു
നമ്മൾ മലിനമാക്കുന്നു.

മലതുരക്കുന്നു നമ്മൾ
ഭൂമിയുടെ മിഴിതുരക്കുന്നു
പാടമെല്ലാം നികത്തുന്നു
ഉറവ വറ്റുന്നു – മണ്ണിൽ
നനവു വറ്റുന്നു
മലിനമാവുന്നു

ഉറവിടത്തിൽ തന്നെ
നമ്മുടെജൈവമാലിന്യം
സംസ്കരിക്കാം വളമാക്കാം
കൃഷിനടത്തീടാം

മാരണം പ്ലാസ്റ്റിക് നമുക്കൊഴിവാക്കീടാം
മാറണം നമ്മുടെ ബോധം
പ്രകൃതി നന്മയ്ക്കായ്
മനുഷ്യ നന്മയ്ക്കായ്

മണ്ണിൽ നമ്മൾ വിഷംനിറച്ച്
മനസ്സിൽ നമ്മൾ വിഷംനിറച്ച്
മനുഷ്യവേഷം കെട്ടിയാടി
ഉറഞ്ഞുതുള്ളുന്നു
നമ്മൾ മലിനമാക്കുന്നു

ഉണരൂ നമ്മൾ ഉണരൂ നമ്മൾ
മലിനമുക്ത കേരളം
കണികണ്ട് കൺകുളിർക്കാൻ
ഉണരൂവേഗം കൂട്ടരേ...

അശാന്തൻ

വരകളിൽ വർണ്ണങ്ങളിൽ
വാക്കുകൾ കോറിയിട്ടവൻ
അശാന്തതീരങ്ങളിൽ
അഗ്നിവിതച്ചവൻ
കായലോരങ്ങളിൽ
കനകസ്വപ്നങ്ങൾ ചാലിച്ചവൻ
കണ്ടൽക്കാടുകളിൽ
ജൈവതാളം തീർത്തവൻ
നാടൻശീലുകളിൽ
സംഗീതമഴയായ് പെയ്തവൻ
കടലും മീനും കണ്ണുനീർച്ചാലുകളും
ക്യാൻവാസിലാക്കിയോൻ
കലുഷിതമനസ്സിന്റെ രോഷാഗ്നിയാൽ
കാർട്ടൂൺ, പ്രതിമകൾ, ചിത്രങ്ങൾ തീർത്തവൻ
അശാന്തൻ
മുജ്ജന്മപാപവും പേറി
നീ കീഴാളനായി
നിന്റെ നിഴൽപോലും തീജ്ജ്വാലയായി
മേലാളർ ഫണം വിതിർത്താടി
നിന്റെ ദേഹി വെടിഞ്ഞ
ദേഹത്തെയും കൊത്തിവലിച്ചു.
മുമ്പേ നടന്നുപോയവർ
വഴിത്താരകളിൽ

കൊളുത്തിവെച്ച ദീപങ്ങളെല്ലാം
ഊതിക്കെടുത്തി നാം
അന്ധകാരത്തിന്റെ
അഗാധഗർത്തങ്ങളിൽ
ആഴ്ന്നുപോകുന്നു
നാമറിയാതെ..... അറിയാതെ.

അകവിതകൾ

മുള്ളുകൾ

മുള്ളുകൾ ചുറ്റിലും മുനകൂർത്ത മുള്ളുകൾ
ഉള്ളത്തിൽനിന്നും മുളയ്ക്കുന്ന മുള്ളുകൾ.

ഇരപിടുത്തം

പൂച്ച പതുങ്ങി പതുങ്ങി നടക്കുന്നത്
ഭൂമിക്ക് നോവാതിരിക്കുവാനല്ല
ഇരപിടിക്കുവാനാണ്.

രക്തരഹിതം

നരസിംഹം തൂണുപിളർന്ന് പുറത്തുവന്നു
ഹിരണ്യകശിപുവിന്റെ
കുടൽമാല കഴുത്തിലണിഞ്ഞു
രക്തം പാനം ചെയ്തു.
മനോമോഹൻ
ഒരു തുള്ളിരക്തംപോലും പൊടിയാതെ
സർവ്വരേയും കാലപുരിക്കയച്ചു.
ഇപ്പോൾ മോഡിയായി.

കിളിക്കൂട്

കിളിക്കൂട് കൊടുങ്കാറ്റ് കൊണ്ടുപോയി
അമ്മക്കിളി ആകാശവീഥിയിലലയുന്നു
ചന്ദ്രൻ ചിരിച്ചുകൊണ്ടേയിരിക്കുന്നു.

വിഷമുൾച്ചെടികൾ

സ്നേഹം വിതച്ചന്നു കൊയ്തപാടങ്ങളിൽ
ക്രോധവിഷമുൾച്ചെടികൾ പടരുന്നു നാൾക്കുനാൾ.

ഉയിർത്തെഴുന്നേല്പ്

മാനവരാശിയുടെ പാപങ്ങളെല്ലാം ഏറ്റുവാങ്ങി
കുരിശിലേറിയവൻ ഉയിർത്തെഴുന്നേറ്റപ്പോൾ
നാട്ടിലെങ്ങും മിണ്ടാപ്രാണികളുടെ
കെട്ടിത്തൂക്കിയ ശവങ്ങൾ.

ദൈവവും ചെകുത്താനും

ചെകുത്താൻ വേദിയിലേക്ക് അത്യുത്സാഹത്തോടെ
ദൈവം നേരത്തെതന്നെ വേദിയിലെത്തി
ഓരംചേർന്ന് നില്പുണ്ടായിരുന്നു
വിലകുറഞ്ഞ വിവാദങ്ങൾ
ചോദ്യോത്തരങ്ങൾ
ദൈവം നിന്നുവിയർത്തു
ചെകുത്താൻ ആർത്തുചിരിച്ചു
ഒടുവിൽ ആബാലവൃദ്ധം
ചെകുത്താനോടൊപ്പം ആർത്തട്ടഹസിച്ച്
നാടും നഗരവും കീഴടക്കി.

കൂട്ട്

കുപ്പായമില്ലാത്ത കുഞ്ഞിന് കൂട്ട് കുളിര്
അക്ഷരമറിയാത്ത കുഞ്ഞിന് കൂട്ട് ഇരുട്ട്
വിശന്നുപൊരിയുന്ന കുഞ്ഞിന് കൂട്ട് വിഷം!

സമാധാനവാദി

എന്റെ ശബ്ദരഹിത വിമാനങ്ങൾ
സദാസമയവും നിങ്ങളുടെ വീടിന്റെ
മുകളിൽ പറന്നു കൊണ്ടിരിക്കുന്നു.
നിങ്ങളുടെ നനഞ്ഞ മണ്ണിൽ
ഞാൻ കുഴിച്ചിട്ട മൈനുകൾ.
നിങ്ങളുടെ ചങ്കിനുനേരെ പിടിച്ചിരിക്കുന്നു
ആധുനിക തോക്കുകൾ
അംഗവൈകല്യം വന്ന നിങ്ങളുടെ കുഞ്ഞുങ്ങളുടെ
ചിത്രങ്ങൾ എന്റെ മുറിയുടെ ചുവരുകൾ അലങ്കരിക്കുന്നു.
നിങ്ങളുടെ പ്രകൃതിയിലേയും മനസ്സിലേയും പച്ചപ്പ്
ഞാൻ കരിച്ചുകൊണ്ടേയിരിക്കുന്നു.
നിങ്ങളുടെ സ്വീകരണ മുറിയിൽ
എന്റെ കാഴ്ചയും വർത്തമാനവും
നിങ്ങളുടെ നാവിന്റെതുമ്പിലെ രുചിയിലും
ഞാൻ നിറഞ്ഞിരിക്കുന്നു
നിങ്ങളുടെ ജനാധിപത്യം
എന്റെ ധനാധിപത്യം
ഇനിയും സംശയമുണ്ടോ?
ഞാനാണ് സമാധാനവാദി!

സുഗന്ധം

കനലെരിയും മണൽപ്പാടങ്ങളിൽ
സ്വപ്നംവിതച്ച് കണ്ണുനീർനനച്ച്
വിരിയിക്കുന്ന പുഷ്പങ്ങൾക്ക്
വിദൂരഗ്രാമങ്ങളിൽ സുഗന്ധം.

നക്ഷത്രം

പഞ്ചനക്ഷത്ര ഹോട്ടൽ
അലങ്കരിച്ച കണ്ണാടിക്കൂട്ടിൽ
ജലപ്പരപ്പിൽ
വർണ്ണമത്സ്യങ്ങൾ
നക്ഷത്രമെണ്ണുന്നു.

വല

എട്ടുകാലികൾ സഞ്ചാരപഥം സുഗമമാക്കിക്കൊണ്ടാണ്
ഇരകളെ വരിഞ്ഞു മുറുക്കുവാൻ വലനെയ്യുന്നത്
ഇരകൾ നിഷ്കളങ്കരായി
ആഹ്ലാദിച്ചു പറക്കുമ്പോഴാണ്
അവരറിയാതെ
വലയുടെ പശപ്പിൽ പറ്റിപ്പിടിക്കുന്നത്.

കാത്തിരിപ്പ്

ചോരയും കണ്ണീരും വീണുകുതിർന്ന
വഴികളിലൂടെ അക്ഷരങ്ങളോട് കലഹിച്ചുനടന്ന കവിത
വാനമേഘങ്ങളിലേക്ക് പറന്നുയർന്നു
വേഴാമ്പലുകൾ കാത്തിരുന്നു കണ്ണ് കഴയ്ക്കുന്നു.

വിവാഹം

രണ്ടുനദികൾ ഒത്തുചേർന്ന്
ഇണങ്ങിയും പിണങ്ങിയും
കലങ്ങിയും തെളിഞ്ഞും
മഹാസാഗരത്തിൽ
ലയിക്കുംവരെയുള്ള ഒഴുക്ക്.

ഉപമ

സ്നേഹം നദിപോലെ
കാമം കരിമേഘംപോലെ
പ്രേമം വാർമഴവില്ല്പോലെ
ഭരണകൂടം സ്വപ്നങ്ങളുടെ ശവപ്പറമ്പ്

ഋതുഭേദം

കരഞ്ഞു തളർന്നുകിടന്നു മാനം
കണ്ണീർ വീണുകുതിർന്നു ഭൂമി
കടലിൽ തിരകളിലുന്മാദങ്ങൾ
കരയുടെ കാതിൽ കിന്നാരങ്ങൾ.

ചിത്രം

നിങ്ങൾ ഒരു പൂവ് വരയ്ക്കുമ്പോൾ
അത് മറ്റുള്ളവരുടെ മനസ്സിൽവിരിഞ്ഞ്
സുഗന്ധം പരത്തുമ്പോഴാണ്
ചിത്രം പൂർണ്ണമാവുന്നത്.

എഴുത്തും കഴുത്തും

എഴുത്തുമേശയിൽ നിറയെ
അലക്ഷ്യമായി കിടക്കുന്ന അക്ഷരങ്ങൾ
മഷിവറ്റിയ പേനയും, മനീഷയും
ഒടിച്ച/ഞ്ഞ കഴുത്തും

ദീപാവലി

ദീപങ്ങളെല്ലാം കെടുത്തി ഞാനിന്നലെ
ദീപാവലിക്കിന്നു കോപ്പുകൂട്ടിടുന്നു

ഒച്ചുകൾ

എങ്ങും അത്യുഷ്ണം
വീടിനുള്ളിൽ നനവുള്ള സ്ഥലങ്ങളിലെല്ലാം
ഒച്ചുകൾ വാഷ്ബേയ്സിനിൽ കക്കൂസിൽ എല്ലാം
ടാപ്പിനുള്ളിൽ ചിലപ്പോൾ കടന്നിരുന്നു
വെള്ളംകുടി മുട്ടിക്കും.
പുസ്തകങ്ങളിൽ
ഫയലുകളിൽ
എല്ലാം ഇവയുടെ സഹവാസം.
ഉപ്പ്, ചൂടുവെള്ളം പ്രതിവിധി നിർദ്ദേശം
ഇപ്പോൾ എന്റെ ദേഹത്തിലൂടെയും
ഒച്ചുകൾ ഇഴയുന്നു
സർവ്വം ഒച്ചുമയം.

സംസാരം

എല്ലാവരും എല്ലായ്പ്പോഴും
സംസാരിച്ചുകൊണ്ടേയിരിക്കുന്നു
അടുത്തിരിക്കുന്നവരോടല്ല
അകലെയുള്ളവരോട്.

കാലം

നിറകതിർക്കറ്റയ്ക്ക് കളത്തിലിടമില്ല
ചൂട്ടുകറ്റയ്ക്ക് വെട്ടവുമില്ല
വെളിച്ചംതേടി അലയുന്നവന് ഇരുളിന്റെ കുപ്പായം
ചേക്കേറാൻ പക്ഷികൾക്ക് തീക്കുണ്ഡം
തീക്കൊള്ളികൊണ്ട് തലചൊറിയുന്നവരുടെ കാലം.

കീശ

കയ്യാഫസ്മാരെ
പീലാത്തോസുമാരെ
യൂദാസുകളെ

ഹൃദയത്തിലേറ്റുന്നവർക്ക്
യേശുക്രിസ്തുവെന്തിന്?
(കീശവീർപ്പിക്കാനല്ലാതെ)

അപായസൂചന

പരുന്തും കാക്കയും ആകാശത്ത് താണുപറക്കുമ്പോൾ
തള്ളക്കോഴികൾ അപായശബ്ദം പുറപ്പെടുവിക്കും
കുഞ്ഞുങ്ങൾ ചിറകടിയിൽ
ഒളിക്കുകയും ചെയ്ത പഴയകാലം
ഇന്ന് ഇങ്കുബേറ്ററിൽ
വിരിയിച്ചെടുത്ത്
ചായംമുക്കി
വലകൾക്കുള്ളിൽ കൃത്രിമഭക്ഷണം
കൊടുത്തുവളർത്തുന്ന
കോഴിക്കുഞ്ഞുങ്ങൾക്ക്
അപായസൂചന നല്കുവാനാരുണ്ട്?

നിമിഷങ്ങൾ

സ്വപ്നഭരിത നിമിഷങ്ങളെ
ഞാനിന്നെവിടെ ഒളിപ്പിക്കും?

കരുതൽ

കറുത്തിരുണ്ട സത്വങ്ങൾ
നിരന്നുനില്ക്കുന്നു ചുറ്റിലും
കരുത്തു നേടാതിനി നമ്മൾ
ഒരിഞ്ചുമുന്നോട്ടു പോകലാ.

ആവാതെ

മധുരമാമൊരു വാക്കുപോലും
മൊഴിയുവാനാവാതെ
മിഴികോർത്തുനിന്നു നിൻചാരെ
മതിലുകൾ മുളയ്ക്കുന്നു മനസ്സിന്റെ ആഴങ്ങളിൽ
മൗനമായ് തേങ്ങുന്നു മതിവരാസ്വപ്നങ്ങൾ.

കുഞ്ഞാഞ്ഞക്കിന്നെന്തുതോന്നി?

ചക്കയും കപ്പയും ചേനയും ചേമ്പും
വേവിച്ചുതിന്നും
കഞ്ഞിമോന്തി കുടിച്ചും
മഴയിലും മഞ്ഞിലും വെയിലിലും
ഓടിയും ചാടിയും കളിച്ചും
കഴിഞ്ഞ കുഞ്ഞുങ്ങൾ
ബ്രോയിലർ ചിക്കനും ഫ്രൈഡ്റൈസും
ന്യൂഡിൽസും വെട്ടിവിഴുങ്ങി
തനി ബൊമ്മപോൽ
കുന്തിച്ചിരിക്കുന്ന കാണുമ്പം
കുഞ്ഞാഞ്ഞക്കിന്നെന്തു തോന്നി?

രണ്ടിണകുരുവികൾ

പച്ചിലച്ചാർത്തിന്റെ ശീതളിമ
മൊട്ടിടും മോഹങ്ങൾ
മന്ദസ്മിതം തൂകും മലരുകൾ
മന്ദസമീരനിലിളകും തൂവലുകൾ
മഞ്ഞലകൾ ചിക്കിചിനുക്കിയ
കുഞ്ഞിളംകാറ്റിന്റെ കിന്നാരവും കേട്ട്
ചിഞ്ചിലം ചിഞ്ചിലം ചിലച്ചും കൊണ്ടന്ന്
കുഞ്ചിരോമങ്ങളിലിക്കിളി പാകിയും
നെഞ്ചിലെ ചൂടുപകർന്നും
സ്നേഹപരിഭവച്ചുണ്ടുകൾ തമ്മിലുരഞ്ഞും
മോഹനസ്വപ്നത്തിരകളിലലിഞ്ഞും
രണ്ടിണക്കുരുവികൾ.

അറിവ്

അറിയുക പറയുക
അറിയാവുന്നതു മാത്രം പറയുക
അറിയാവുന്നതെല്ലാം പറയാതിരിക്കുക
അറിയില്ലെന്നതും അറിവാണെന്നറിയുക
അറിവിന്റെ നിറകുടമാവുക.

തീ

തീ പടരുന്നു
തീ പടർത്തുന്നു
തീരം കത്തുന്നു
തിരയും കത്തുന്നു

പങ്കിടാം

ഞാനെന്റെ ഹൃദയം പകുത്തുനല്കാം
ഞാനെന്റെ ഓർമ്മകൾ നിവർത്തിവയ്ക്കാം

വിരാമം

ഓർമ്മകൾക്ക് പൂർണ്ണവിരാമം
ഒരിക്കൽ മാത്രം
അതുവരെ കുത്തും കോമയും

പശുമതി

പശു = മാതാവ്
പശുപതി = പിതാവ്
പശുപാലകൻ = ദൈവം
പശി മാറിയില്ലെങ്കിലെന്താ....?
(മതി = ബുദ്ധി. പശുവിന് മതിയിളകുക എന്നത് നാടൻ പ്രയോഗം)

കടം

കടം കൊണ്ട് നാടുമുടിയുമ്പോൾ
കടം കൊണ്ട് വീടുതുലയുമ്പോൾ
കടമെടുത്ത കോടീശ്വരന്മാർ നാടുവിടുമ്പോൾ
കടംകഥയാവുന്നു നമ്മൾ.

ഹരണം

അക്കങ്ങളുടെ ആകത്തുകകൊണ്ട്
അക്ഷരങ്ങളെ ഹരിക്കാനാകുമോ?

തനിയേ

തണൽമരം തേടി ഞാനീയൂഷരഭൂമിയിൽ
തളരാതെ തകരാതെ തനിയേ നടക്കുന്നു.

പുളകം

മാനത്ത് മഴവില്ല് വിരിയുമ്പോൾ
ഭൂമികന്യ പുളകിതയാവുന്നു.

തിര

മിഴിപൂട്ടിയുറങ്ങുന്ന മൗനസാഗരം
തിരയടിച്ചിളകുന്ന അന്തഃരംഗം.

കാവൽ

കരളുകൊത്തിപ്പറിക്കുന്ന നിങ്ങൾ
കഴുമരങ്ങൾക്ക് കാവലാളാകുന്നു.

കൊഴിയൽ

ഇലകളോരോന്നായ്
കൊഴിഞ്ഞുവീഴവേ
ഇടറുന്നു മനം
വികാരനിർഭരം

നുകം

നുകം എനിക്കൊരാശ്വാസമാണ്
ആരൊക്കെയോ ചേർന്നു
എന്നെ നുകത്തിൽനിന്നും

മോചിപ്പിക്കുവാൻ ശ്രമിക്കുന്നു
ഞാൻ ഒരു കാരണവശാലും
സമ്മതിക്കുകയില്ല.

ഇരുളിനെതിരെ

ഇതളുകൾ കൊഴിയുമ്പോഴും
ഇടറാതെ ഇമവെട്ടാതെ
ഇടനെഞ്ചിലഗ്നിയുമായി
ഇരുളിനെതിരെ പടപൊരുതാം.

ബന്ധനം

കൂട്ടിലടയ്ക്കപ്പെട്ട ഞങ്ങൾക്ക്
ചുറ്റിലും
ചോരയൊലിപ്പിച്ച വേട്ടനായ്ക്കൾ
ചാനൽ കഴുകുകൾ
നിരക്ഷരക്കൂട്ടങ്ങൾ
നിലയില്ലാക്കയങ്ങൾ

വൃഥാ

പൊട്ടിത്തെറിക്കുവാനാവില്ല നമ്മൾക്ക്
ഞെട്ടിത്തരിച്ചു നില്ക്കുന്നു നമ്മൾ വൃഥാ

തണൽതേടി

തണൽമരം തേടി ഞാനീയൂഷരഭൂമിയിൽ
തളരാതെ തകരാതെ തനിയേ നടക്കുന്നു

കുറിഞ്ഞി

നീലക്കുറിഞ്ഞികൾ പൂത്തു
നീളെക്കുറിഞ്ഞികൾ പൂത്തു
നീരദസന്ധ്യകൾ പൂത്തുലഞ്ഞു
നീലവിഹായസ്സും പൂത്തുലഞ്ഞു.